Jangat(gëstu) sama ndono

4 kangam yu Africa

Jangatigëstu sama Ndono

4 kangam yu Africa

Mélissa Francisco

Édition : Mélissa Francisco - 91280, Saint-Pierre-du-Perray
Impression : à la demande par IngramSpark
« loi n 49-956 du 16 juillet 1949 sur les publications destinées à la jeunesse » : mai 2024
Dépôt légal : mai 2024

TÉÉRÉ BI DI BOSU :

Sama xalé,

Ci téeré bi, di nga jàng ay kawtefu ay góor ak ay jigéen yu yéemé, niom ñëpp bawoo ci diwaan bu magg : Afrik.

Mel ni nitt yu magg yi ngay waadial jàng seeni jëf ak dundin, bëg na nga xam ni yaw tamit, muus nga, ñemeñ nga, beuri nga doole teksi mën nga def ay mbir yu jeggi dayo.

Jëlël sa macin bilay dellosi ca dëmb té nga dem jangat léebu néeñti kangamu Afrik !

- Mélissa

LËM BI

MANSA MOUSSA

GÓOR BI GËNA BARI XAALIS CI ADUNA SI

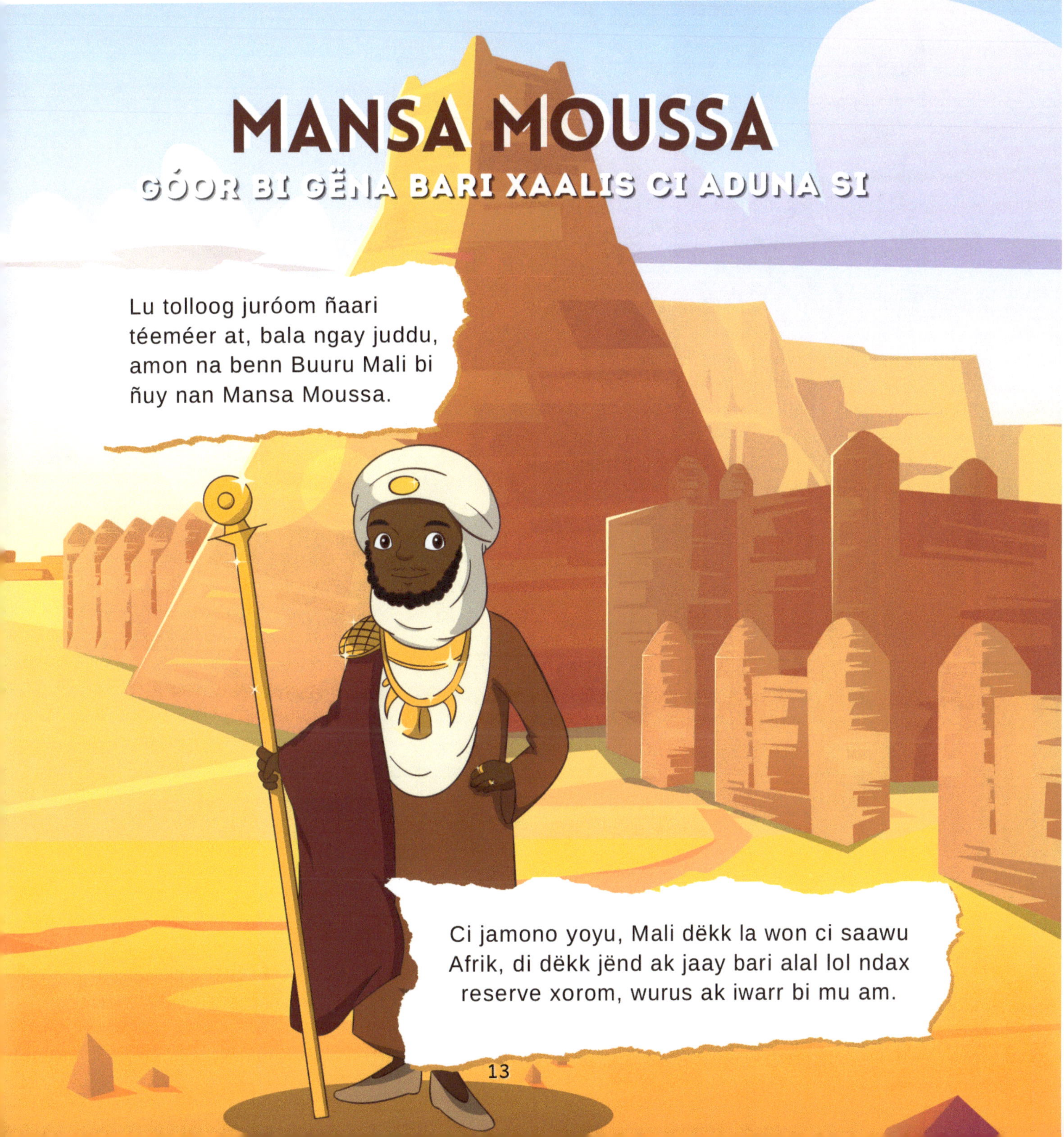

Lu tolloog juróom ñaari téeméer at, bala ngay juddu, amon na benn Buuru Mali bi ñuy nan Mansa Moussa.

Ci jamono yoyu, Mali dëkk la won ci saawu Afrik, di dëkk jënd ak jaay bari alal lol ndax reserve xorom, wurus ak iwarr bi mu am.

Benn bës, buur bi Moussa dogal ni dafay dem aj makka.

Ci biir tukki bobu, fukki alfun surgë ak lu tolloog xayma boobu ci kilo wurus.

Ci yoon wi, buur bi ak andandoram yi taxaw ca dëkk bi ñuy nan Caire ci Egypte.

Foofu, Mansa Moussa mayé na fa lu yéwén, ay kilo aki kilo wu wurus diaglel ko miskin yi ak njitu dëkk bë, jëfin bi yéem ko, mu dalal len ñoom ñëpp ca kërëm.

Ba ñu nekké ca Egypte, Mansa Moussa aki surgëwam jaay nañu wurus bu takku be ngë xamni fepp ci Afrik ba ci Europe dëg nañu bilé jalooré ba ñu tuddée ko "buur bi yoor wurus bu dul jeex".

Ba mu ñibbisi wée ca Mali, Mansa Moussa dafa fas yéené def dëkkëm bërëpu xam xam.

Ci noonu mu woo borom xam xam yi, ak tabaxkat yi gëna xarañ ngir ñu tabax ay kaggu yu kémané, ay iniwersité aki jumma ci dëkk yu bare biir Mali.

Loolu moo waral ci nguuram, Mansa Moussa defon na Mali nekk dëkk bi gënë magg ci mbirum xam xam ca jamono boobu. Ba dëkk yi yëpp yi ko wër naaw ko.

Moom nak, moo fi nekk góor bi ëpp xaalis ci aduna ci, ndax alal gu bari bimu jot dajale yëpp.

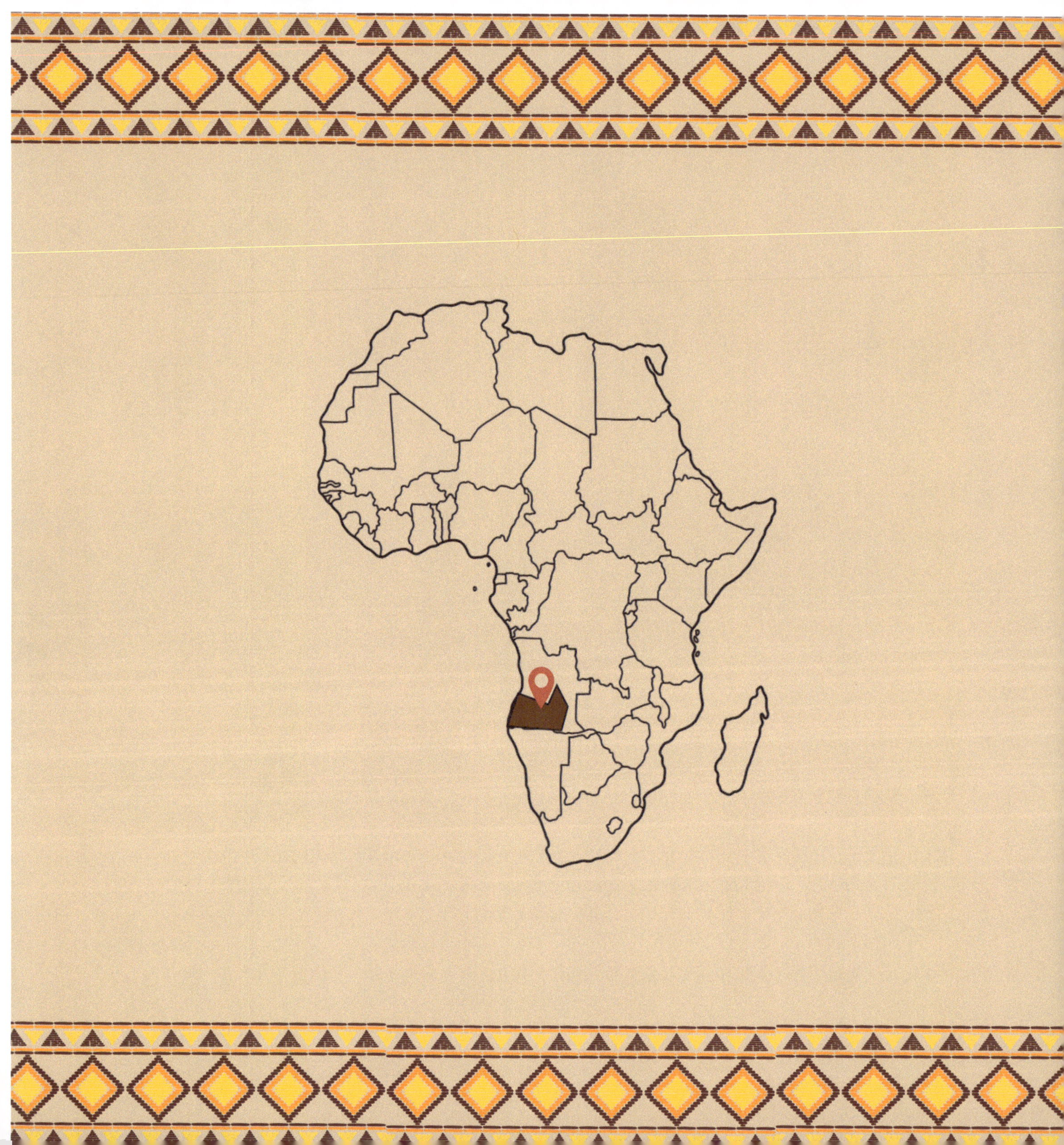

BUUR BU JIGÉEN NZINGA MBANDI
NZINGA BU NDONGO AK BU MATAMBA

Béen bës, Portugal dafa bëgon tek looxo si nguur bi, buur bi dogal né dafay yooné rakkam bu jigéen Nzinga mu woxtaané yoonu jamm ak njitu ba ca Potugal.

Ndax xaragnam ak mën disso, njiitu dëkk ba da di dig Nzinga ni di na bayyi dëkk bu Ndongo ci jamm.

Wanté bë ñu ci téggé diiru gatt ganaw ndaje Nzinga ak njiitu Portugal, buur bi Ngola dafa dee léegi Portugal soppi kàddu ba mu joxoon Nzinga.

Nzinga mi moo mujj nekk buur bu jigéen bu Ndongo, dafa mujj daaw ngir moytu ñëwu wa Portugal yi.
Noonu mu dem lakkatu ci been dëkk bi ko soriwul , ñu di ko woowé Matamba, foofu la paree tërëlin ngir daan len.

Léegi nekk na buur bu jigéen bu Ndongo ak bu
Matamba, moom Nzinga mi gëna muus té am joom,
dogal ni tambali taggat ngir xeex, jeebaanu wa
Portugal teksi tërël mankoo ak séeni noon yi ngir
daan len te dakk len ci biti dëkkam bë.

Pexe boobu moo mujj dox!

Ngir paas paasam ak muusayam, Buur bu jigéen bi di Nzinga Mbandi mujj na nàngu dëkkam bi ci Ndongo ca loxo waa Portugal.

23

YASUKE
SAMOURAÏ BU ÑUUL
Amon na 500 (juroomi téeméeri) at, been goor bu jòge Afrik dal si Japon.
Ba mu aksi cëp ci dëkk bi, ay niit yu bari te deñkumpa ñëw na ñu ngir xool gan bi borom der bu ñuul bi

Ñëwam bu mag bi te siiw aksi ci nopp "daimyõ" njiitu dëkk bë, Oda Nobunaga, ba mu jog démal boppam ngir daje ak goor bu am bayré bobu.
Ganaw deru yaramam, li gëna jaxal Oda Nobunaga mooy taxaway gan gi, doole bu jeggi dayo ak muus bi nek ci mom, ndaxté jàng na fa lakku japon ci lu gaw.

Njiitu dëkk bi, naw lol wajji ba mayko kër, xaalis rawatina tekk ko ci raŋ soldaar yi gëna kaawe : mengok ak bu samouraï bi.
Mu teksi joxko been tuuru wa Japon : Yasuke.

Yasuke, gan gi njëkk am raŋ bu Samouraï, xeex na ak joom ci wetu Oda Nobunaga.
Ñom ñoo andando xeex di teglé ay ndam seen diggante ak yenneen "daimyõ" yi.
Ci la ñu joxe Yasuke tuuru "góor bi ngë xamni moo ëpp doole fukki góor".

Béen bës, Yalla dogal Oda Nobunaga dee ci been xare.

Xam nañu ni Yasuke dund naa, wante xamuñu lan mo ci topp ak naka lë mujj.

Lu woor ba woor dal, mooy tukkiwam ba ci Japon def naa ko xarekat bu mag ba kenn du ko fatte !

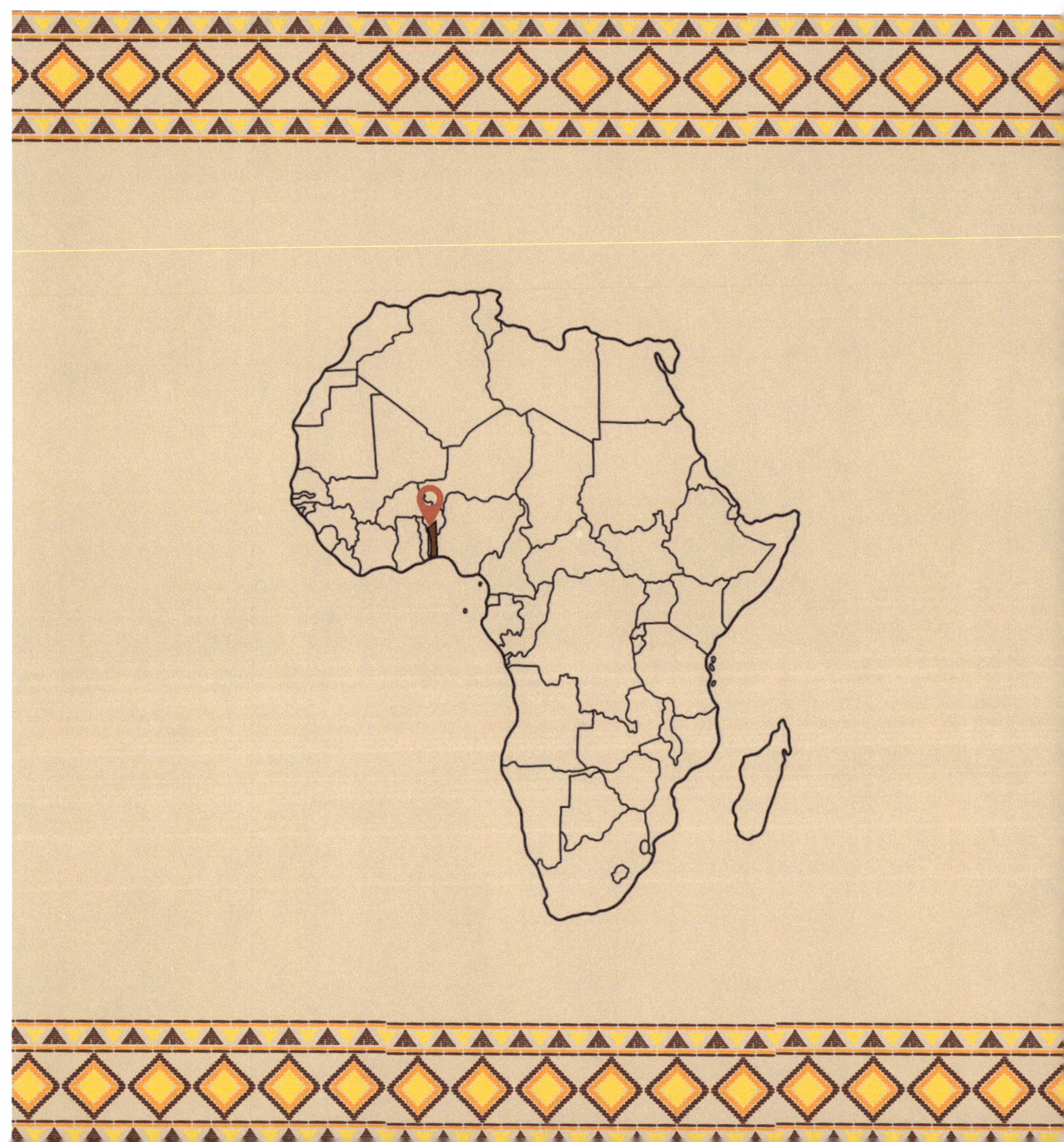

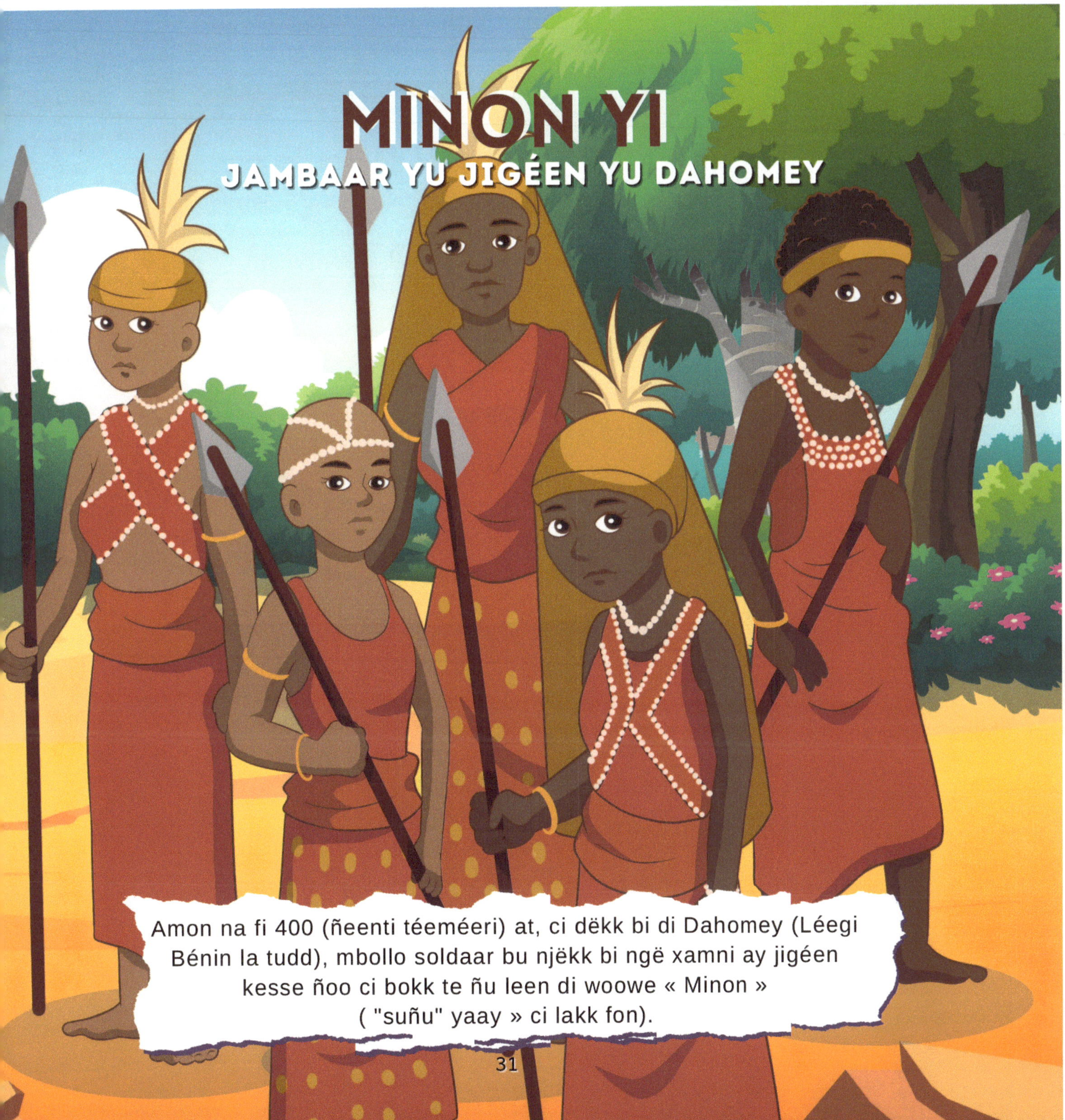

MINON YI
JAMBAAR YU JIGÉEN YU DAHOMEY
Amon na fi 400 (ñeenti téeméeri) at, ci dëkk bi di Dahomey (Léegi Bénin la tudd), mbollo soldaar bu njëkk bi ngë xamni ay jigéen kesse ñoo ci bokk te ñu leen di woowe « Minon » ("suñu" yaay » ci lakk fon).

Liggéey jambaar yu jigéen yoyu moo nekkoon di muslu buur bi
ak dëkkam ci pexe noon, saa yu nekk.
Lolu moo waral, ñu doon tàggat yu méti te diis, lu melni bëré,
ak naka la ñuy jëfëndiko ay gànnaay.

Danaka ay genwal Yalla lagn leen doon xoole, wa dëkk bi yëpp fonk leen bë di sukk seen tank saa yu ñu rombé, ndax cër bu leen may teksi nawlo leen ngir seen doole ak jambaarte.

Bë seen noon yi jóge Europe di njëkk ñëw tëku leen, ñëpp waaru ci mën xeex ak ñemeñ bi nekk ci jigéen yi. Loolu moo tax, ñu tuddee leen "Jambaar yu jigéen yu Dahomey", ndax faatëliku jambaar yu jigéen ya ci dëkk bi ñuy woowe Grèce.

35

Yéen nitt yi amu ñu yéré, amu ñu kanam, yaw yay nitaal sa boop wala ngë nitaal nitt yi ngë bëg ci wetu kangam (jambaar) yi !

mon-heritage-afro.fr

@heritageafro

@mon_heritage_afro

Mon héritage afro